சுக்கின் மகிமை

வி.எஸ்.ரோமா

பொருளடக்கம்

1

மூட்டு வலி மற்றும் வீக்கத்தைக் குறைக்கும்

அதற்கு ஒரு பாத்திரத்தி 4-5 டேபிள் ஸ்பூன்சுக்குபொடியை போட்டு, அதில் ஒரு ஜார் நீரை ஊற்றி கொதிக்க விட்டு வடிகட்டி, தினமும் தேன் சேர்த்து குடித்து வந்தால், மூட்டுகளில் ஏற்படும் வலி மற்றும் அங்-குள்ள வீக்கம் குறைந்து, உடனடி நிவாரணம் கிடைக்கும்.

திரிகடுகம் (சுக்கு, மிளகு, திப்பிலி ஆகியவற்றின் சேர்க்கை) என்ற பெயரில் அழைக்கப்படும் இந்த மருந்து, பல மருந்துகளுக்குத் துணை-மருந்தாக, அனுபானமாக பயன்படுத்துவது உண்டு. திரிகடுகம் சிறந்த கார்ப்புள்ளது. நுரையீரல், ஜீரண மண்டலப் பிரச்சினைகளைத் தீர்க்-கவல்லது. நெஞ்சு சளி, ஜலதோஷத்தை நீக்கும். நுரையீரல் மற்றும் ஜீரண மண்டல உறுப்புகளின் செயல்திறனைக் கூட்டும்.

இனப்பெருக்க உறுப்புகளின் கோளாறுகளை நீக்கும், கரு முட்டை வெடித்தல் குறைபாடுள்ள பெண்களுக்கு நல்லது. மேலும் உடல் எடை கூடிய நோயாளிகள், அதிகக் கொழுப்பு சத்துள்ள நோயாளிகள், உடல் வீக்கம், வளர்சிதை மாற்றமுள்ள நோயாளிகளுக்கு இது தக்க துணை-மருந்துகளோடு நன்றாக வேலை செய்யும். பல பற்ப, செந்தூரங்களைக் கொடுக்கும்போது, திரிகடுகம் மூல மருந்து சூரணமாகப் பயன்படுத்தலாம்.

சுக்கின் மகிமை

கார்ப்பு சுவை உடைய இது உஷ்ண வீர்யம் உடையது. இருமலை மாற்றும், கபத்தைக் குறைக்கும், பசியை உண்டாக்கும், ஆண்மையை உண்டாக்கும், தாய்ப்பாலைச் சுரக்கச் செய்யும். சௌபாக்ய சுண்டி என்ற மருந்து இதனால் செய்யப்படுகிறது. இது ருசியை அதிகரிக்கும், இலகு குணம் உடையது, மலத்தைப் பிரிப்பது. இதனால் செய்யப்பட்ட நெய், கிரஹணி ரோகத்தை மாற்றும். சுக்கை வெல்லத்துடன் சாப்பிட விக்கல்

நிற்கும். சுக்குக் கஷாயம் இருமலைப் போக்கும், பசியை அதிகரிக்கச் செய்யும். சுக்கு சேர்த்துக் காய்ச்சப்பட்ட பால், தலைவலியைக் குறைக்கும்.

வில்வத்துடன் சேர்த்துக் காய்ச்சினால் வாந்தியைப் போக்கும். சுக்கும், வெல்லமும், எள்ளும் இடித்துச் சாப்பிட மாதவிடாய் வலி மாறும். சுக்கை ஆயுர்வேதம் 'மஹௌஷதம்' என்று குறிப்பிடுகிறது. மருந்துகளில் உத்தமமானது சுக்கு என்று இதற்கு அர்த்தம். இஞ்சியை நன்கு காய வைத்தால், கிடைப்பதே சுக்கு.

குழந்தைகளுக்குச் சுக்கு நல்ல மருந்து. கடுக்காய், மாசிக்காய், ஜாதிக்காய் ஆகியவற்றில் ஒன்றிரண்டுடன் சுக்கை அரைத்து மருந்தாகப் புகட்டுவார்கள்.

பிரசவ மருந்தாகவும் சுக்கு பயன்படும். மசக்கை நேரத்தில் இஞ்சியும், சுக்கும் குமட்டலைப் போக்கும் மருந்தாகப் பயன்படுகின்றன.

'சுக்குக்குப் புறமே நஞ்சு, கடுக்காய்க்கு அகத்தே நஞ்சு' என்பது பழமொழி. அதனால் சுக்கை மேல் தோல் நீக்கியே, மருந்து தயாரிக்கப் பயன்படுத்த வேண்டும். பல் வலிக்கு — சுக்குத் துண்டு ஒன்றை வாயிலிட்டு கடித்து மென்றுவரப் பல்வலி, ஈறுவலி குறையும்.

இரண்டு ஸ்பூன் சுக்குப் பொடியை அரை லிட்டர் தண்ணீரில் போட்டுக் கால் லிட்டர் ஆகும் வரை காய்ச்சி, மூன்று வேளை ஆறு ஸ்பூன் அளவுக்குக் குடித்தால் வயிற்றுவலி, பொருமல், பேதி, குல்மம், குமட்டல், ருசியின்மை ஆகியவை நீங்கும்.

சுக்கு, சீரகம், கொத்தமல்லி விதை மூன்றையும் சம அளவு எடுத்து இடித்து, இரண்டு ஸ்பூன் தூளை அரை லிட்டர் தண்ணீரில் இட்டு ஒரு கொதி வந்ததும் இறக்கிவைத்துத் தாகம் எடுக்கும் போதெல்லாம் அருந்தலாம். குடிநீரையும் வீட்டில் தூய்மை செய்யும் முறை இது.

வயிற்றுப்போக்கை நீக்க 10 கிராம் சுக்கை அரைத்து, புளித்த மோரில் களியாகக் கிளறி மூன்று வேளை வீதம், மூன்று நாட்கள் உட்கொள்ள வயிற்றுப்போக்கு கட்டுப்படும்.

சுக்கைத் தட்டி போட்டு வெந்நீர் தயார் செய்து குளிக்கத் தலையில் நீர்க்கோர்வை தலைவலி, முகநரம்புவேக்காளம் தீரும். ஜலதோஷத்துக்கு நோய்க்காரணியான வைரஸைத் தாக்கி அழிக்கிறது; தலைவலியைப் போக்குகிறது. ரத்த ஓட்டம் சீராக இருக்க உதவுகிறது.

கொழுப்புச்சத்தைக் குறைக்கிறது. மத்திய நரம்பு மண்டலத்தைத் தூண்டி இதய, சுவாசத் தசைகள் சீராக இயங்க உதவுகிறது. இஞ்சி சாற்றைப் பாலில் கலந்து சாப்பிட வயிற்று நோய்கள் தீரும், உடல் இளைக்கும்.

ஒவ்வொரு நாளும் உணவில் ஐந்து கிராம் இஞ்சியைச் சேர்த்துக்கொள்வது, இதய நோயாளிகளுக்கு மாரடைப்பு வராமல் காக்கும். இஞ்சியானது இதய ரத்தக்குழாய்கள் எதிலும் அடைப்பு உண்டாகாமல் தடுத்தும், புதிய அடைப்பு உண்டாவதைக் கரைத்தும் உதவுவதாக ஆய்வுகள் கூறுகின்றன.

இஞ்சியைச் சுத்தம் செய்யும்போது, அதன் மேல் தோலை நன்றாக நீக்க வேண்டும். அதன் மேல் தோல் நஞ்சாகும். அதேபோல் சுக்கைச் சுத்தம் செய்யும்போது, அதன் மேல் சுண்ணாம்பைத் தடவிக் காயவைத்து நெருப்பில் சுட்டு, பின் அதன் தோலை நன்கு சீவி எடுக்கவேண்டும். இது மிக முக்கியமானது; சுத்தம் செய்யாமல் பயன்படுத்த வேண்டாம்.

இஞ்சியைச் சுத்தம் செய்து மேல்தோலை நீக்கிவிட்டுச் சிறு துண்டுகளாக நறுக்கி 150 கிராம் எடுத்து, அத்துடன் சுத்தமான தேனையும் அதே அளவுக்குச் சேர்த்து நான்கு நாள் கழித்துத் தினசரி ஒன்றிரண்டு துண்டுகளாக ஒரு மண்டலத்துக்குச் சாப்பிட்டுவரலாம். அப்போது உடல் ஆரோக்கியம் அடைந்து, பித்தம் முழுவதுமாக நீக்கப்பட்டுவிடும். ஆயுள் அதிகரிப்பதுடன் முகப்பொலிவும், அழகும் கூடும்.

மிளகு

மூச்சுமுட்டு நோய், சுவாசக் குழாய் நோய்களுக்குச் சிறந்தது. தேனுடன் சேர்த்துக் கொடுக்க வேண்டும். தொண்டை வலிக்குத் தேனுடன் கொடுப்பார்கள். இது வாயு வருவதைத் தடுக்கும். தலைவலிக்கு இதை அரைத்துப் பற்று போடலாம். சில வறண்ட தோல் நோய்களுக்கு, மிளகுத் தைலம் சிறந்தது. இது பித்தத்தை அதிகரிக்கும். கபத்தைக் குறைக்கும். சிறு குழந்தைகளுக்குக் கொடுக்க வேண்டாம். வெயில் காலத்தில் இதைப் பயன்படுத்த வேண்டாம். வயிற்றுப் புண், குடல் புண் உடையவர்கள் இதைப் பயன்படுத்த வேண்டாம். உஷ்ண வீரியமானது என்பதை நினைவில்கொள்ள வேண்டும். மரிசாதி தைலம், தாளிசாதி சூரணம் போன்றவற்றில் எல்லாம் இது சேருகிறது.

மிளகுச் சூரணத்தைத் தேன் மற்றும் நெய்யுடன் சேர்த்துக் கொடுத்தால் காசத்துக்குச் சிறந்தது. மிளகுச் சூரணத்தை மோர் அல்லது தயி-

ருடன் சேர்த்துக் கொடுத்தால் வயிற்றுப் போக்குக்கு நல்லது. மிளகுச் சூரணம், சீரகம் மற்றும் தேனுடன் தினமும் இரண்டு வேளை எடுத்துக்கொள்வது மூல நோய்க்குச் சிறந்த சிகிச்சை.

பல் நோய்களுக்கு மிளகுச் சூரணத்தை லவங்கத்துடன் சேர்த்து வைக்கலாம். மிளகுச் சூரணத்தை உணவுடன் எடுத்துக்கொள்வதால் அது சிரைகளிலும், தமனிகளிலும் ரத்த ஓட்டத் தடை ஏற்படாமல் தடுக்கும். இது ரத்தஅழுத்தலையும் கட்டுப்படுத்தும்.

விஷத்தை முறிக்கும் தன்மை கொண்டது என்பதைக் குறிக்கவே "பத்து மிளகு கையிலிருந்தால் பகைவன் வீட்டிலும் உண்ணலாம்" என்றார்கள் முன்னோர்கள்.

மிளகின் வெளிப்புறக் கருப்பு அடுக்கு, கொழுப்பின் காரணமாக உண்டாகும் உயிரணுக்களை முறிப்பதற்கு உதவுகிறது. எனவே, மிளகு கலந்த உணவைச் சாப்பிட்டு வருவதன் மூலம் எடையைக் குறைக்கலாம்.

ஆக்சிஜனேற்றியாக செயல்படும் மிளகு புற்றுநோய், இதயநோய், கல்லீரல் போன்றவற்றில் ஏற்படும், ஆரம்பக்கட்டப் பிரச்சினையை எதிர்த்துச் செயல்படும்.

சளி, ஜலதோஷம் அதிகமாக இருந்தால், மிளகு ஒரு ஸ்பூன் எடுத்து நெய்யில் வறுத்துப் பொடி செய்து வைத்துக்கொண்டு, தினமும் மூன்று வேளைக்கு அரை ஸ்பூன் சாப்பிடுவது நல்லது. இரண்டு நாட்களிலேயே நல்ல மாற்றத்தைக் காணலாம்.

சிலருக்குத் தலையில் முடி உதிர்ந்து வழுக்கை போலாவதை புழுவெட்டு என்பார்கள். இதற்கு மிளகுத்தூள், வெங்காயம், உப்பு மூன்றையும் அரைத்துத் தலையில் புழுவெட்டு உள்ள இடத்தில் தேய்த்துவர முடி முளைக்கும்.

மிளகு எல்லாவித விஷங்களுக்கும் சிறந்த முறிவாகப் பயன்படுகிறது. ஒரு கைப்பிடி அருகம்புல்லையும், பத்து மிளகையும் இடித்துத் தண்ணீர் சேர்த்துக் கொதிக்க வைத்து அருந்திவந்தால், விஷக்கடிகள் முறிந்துவிடும்.

மிளகை ஒரு ஸ்பூன் எடுத்துப் பொடி செய்து, சிறிதளவு உப்பு சேர்த்துச் சூடாக்கி சிறிதளவு நெய் சேர்த்துச் சாப்பிட்டால் வயிற்று உப்புசம், பசியின்மை போன்றவை உடனே குணமாகும்.

மிளகை அரைத்து நெற்றியில் பற்றிட்டால் தலைவலி போகும், மிளகைச் சுட்டு அதன் புகையைச் சுவாசித்தால் தலைவலி தீரும், சளியும்

குணமாகும். பொடிபோல் மூக்கில் உறிஞ்சினாலும் தலைவலி தீரும்.

திப்பிலி

திப்பிலியின் வேரைத் திப்பிலி மூலம் என்று அழைப்பார்கள். திப்பிலி என்றும், மாதவி என்றும் இதற்குப் பெயர். 'கணா' என்றும் சொல்வது உண்டு. உலர்ந்தால் உஷ்ணவீர்யமாக மாறும். இருமல், சளி, கபம், அதிகரித்த மூட்டு வாதம் போன்றவற்றுக்குச் சிறந்தது.

இதனைப் பத்து பத்தாகக் கூட்டிக் குறைக்கும் முறை உண்டு. இதற்குத் திப்பிலி வர்த்தமானப் பிரயோகம் என்று பெயர். பழங்காலத்தில் இவ்வாறு செய்கிறபோது, செம்மறி ஆட்டுப் பாலைக் கொடுத்துக்கொண்டிருந்தார்கள்.

திப்பிலி ரசாயனம் இருமல், சளிக்கு ஒரு சிறந்த மருந்து. இதனால் செய்யப்படும் தைலம் மூல நோய்களுக்கும், குடலில் வாயு சேர்ந்த நிலைகளிலும், வஸ்தி (எனிமா) செய்யவும் பயன்படுகிறது. இதை 15 நாட்களுக்கு மேல் அதிகமாகப் பயன்படுத்துவதில்லை.

திப்பிலியின் காய்களில் வெற்றிலை போன்ற காரத்தன்மை அடங்கியுள்ளதால் வாசனை இருக்கும். கருமிளகைக் காட்டிலும் திப்பிலியின் காய்களில் காரத்தன்மை மிகுந்திருக்கும். மிளகு மற்றும் வெற்றிலை வகையைச் சார்ந்த இது 'பைப்பர் லாங்கம்' (Piper longum) என்ற தாவரப் பெயரால் அழைக்கப்படுகிறது.

திப்பிலியை வறுத்துப் பொடியாக்கி அரை கிராம் தேனுடன் கலந்து இரண்டு வேளை சாப்பிட்டுவர இருமல், தொண்டை கமறல், வீக்கம், பசியின்மை, தாது இழப்பு குணமாகும். இரைப்பை, ஈரல் வலுப்பெறும்.

திப்பிலி 50 கிராம், கரிசலாங்கண்ணி இலை 25 கிராம் ஆகியவற்றை அரை லிட்டர் நீரில் போட்டுச் சுண்டக் காய்ச்சிய பின் நிற்கும் திப்பிலியையும் தழையையும் இள வறுப்பாய் வறுத்துப் பொடித்து, அதன் எடைக்குச் சமமாகப் பொரிப்பொடி சேர்த்து, அதே அளவு சர்க்கரை கூட்டி ஐந்து கிராம் அளவு இரண்டு வேளை தொடர்ந்து சாப்பிட்டுவர இருமல், களைப்பு நீங்கும்.

திப்பிலி 10 கிராம், தேற்றான் விதை ஐந்து கிராம் சேர்த்துப் பொடியாக்கிக் கழுநீரில் ஐந்து கிராம் போட்டு ஏழு நாளைக்குக் காலையில் குடித்துவர வெள்ளை, பெரும்பாடு நீங்கும்.

திப்பிலி பொடி, கடுக்காய் பொடி சமஅளவாக எடுத்துத் தேன் விட்டுப் பிசைந்து இலந்தைப் பழ அளவு இரண்டு வேளை தொடர்ந்து

மூன்று மாதங்களுக்குச் சாப்பிட்டுவர, இளைப்பு நோய் குணமாகும்.

சுக்கு மருத்துவ குணங்கள்

சுக்குடன் சிறிது பால் சேர்த்து, மைய்யாக அரைத்து, நன்கு சூடாக்கி, இளஞ்சூடான பதத்திற்கு ஆறினதும், வலியுள்ள கை, கால் மூட்டுகளில் பூசிவர மூட்டுவலி முற்றிலும் குணமாகும்.

சுக்கைத் தூள் செய்து, எலுமிச்சை சாறுடன் கலந்து குடித்தால் பித்தம் விலகும்.

சுக்கு, மிளகு, தனியா, திப்பிலி, சித்தரத்தை இவை அனைத்தையும் இட்டு கஷாயம் செய்து பருகிவர, கடுஞ்சளி மூன்றே நாட்களில் குண-மாகும்.

சிறிது சுக்குடன், ஒரு வெற்றிலையை மென்று தின்றால், வாயுத்-தொல்லை நீங்கும்.

சுக்கு, வேப்பம்பட்டை போட்டு கஷாயம் செய்து குடித்துவர, ஆரம்ப-நிலை வாதம் குணமாகும்.

சுக்குடன் சிறிது நீர் தெளித்து, விழுதாக அரைத்து, நெற்றியில் தடவினால் தலைவலி வந்தவழியே போய்விடும்

சுக்கு, கருப்பட்டி, மிளகு(Pepper) சேர்த்து, "சுக்கு நீர்" காய்ச்சிக் குடித்து வர உடல் அசதி, சோர்வு நீங்கி சுறுசுறுப்பு ஏற்படும்.

சுக்குடன், தனியா வைத்து சிறிது நீர் தெளித்து, மைய்யாக அரைத்து உண்டால், அதிக மது அருந்திய போதை தீர்ந்து இயல்பு நிலை ஏற்ப-டும்.

சுக்கோடு சிறிது வெந்தயம் சேர்த்துப் பொடியாக்கி, தேனில் கலந்து சாப்-பிட்டால், அலர்ஜி தொல்லை அகலும்.

சுக்கு, மிளகு, சீரகம்(பூண்டு சேர்த்து கஷாயம் செய்து காலை, மாலை குடித்துவர மாந்தம் குணமாகும்.

சுக்குடன், சிறிது துளசி இலையை மென்று தின்றால், தொடர் வாந்தி,

குமட்டல் நிற்கும்.

சுக்குடன், மிளகு, சுண்ணாம்பு சேர்த்து மையாக அரைத்துப் பூசிவர, தொண்டைக் கட்டு மாறும். குரல் இயல்பு நிலைபெறும்.

சிறிது சுக்குடன், சின்ன வெங்காயத்தை வைத்து அரைத்துச் சாப்பிட்-டால், மலக்குடலில் உள்ள தீமை தரும் கிருமிகள் அழியும்.

சுக்குடன், கொத்தமல்லி இட்டு கஷாயம் செய்து பருகினால் மூலநோய் தீரும்.

சுக்கு, ஐந்து மிளகு, ஒரு வெற்றிலை சேர்த்து மென்று தின்று, ஒரு தம்-ளர் நீர் குடித்தால் தேள், பூரான் கடி விஷம் முறியும்.

சுக்கு, அதிமதுரம் இரண்டையும் தூள் செய்து, தேனில் கலந்து சாப்பிட்-டுவர குற்றிருமல் குணமாகும்.

தயிர்சாதத்துடன், சிறிது சுக்குப்பொடி இட்டு சாப்பிட்டால், வயிற்றுப்புண் ஆறும்.

சுக்கு (Dry Ginger), மிளகு, பூண்டு, வேப்பிலை இவைகளைச் சேர்த்து கஷாயம் செய்து, தினம் மூன்று வேளை வீதம் இரண்டு நாட்-கள் குடித்துவர விஷக்காய்ச்சல் குறையும்.

சுக்கு, மிளகு, சீரகம் இட்டு எண்ணெய் காய்ச்சி, தலைக்குத் தேய்த்துக் குளித்துவர, நீர்க்கோவை நீங்கும். ஈர், பேன் ஒழியும்.

சுக்குத்தூளுடன் உப்பு சேர்த்து பல் துலக்கிவர, பல்வலி தீரும். ஈறுகள் பலம் பெறும். வாய்துர்நாற்றம் விலகும்.

சுக்குக்கு மிஞ்சிய மருந்து இல்லை.

சுக்கிற்கு உலர்ந்த இஞ்சி, அடுக்கன், அதகம், சுடுபத்திரம் என பல பெயர்கள் வழக்கில் உள்ளன. சுக்கு கார்ப்புச் சுவையும், வெப்பத் தன்மையும் கொண்டது. சுக்கினால் செரியாமை, மார்பு எரிச்சல், புளி

ஏப்பம், மூலம், இரைப்பு, இருமல், கழிச்சல், மண்டையில் நீர் ஏற்றம், வயிறு குத்தல், கப ஜுரம், காது குத்தல், தலைநோய் ஆகியவை தீரும்.

சுக்கு சுத்தம் செய்யும் முறை:

தேவையான அளவு சுக்கை எடுத்து, தேவையான அளவு சுண்ணாம்பை எடுத்து தண்ணீரில் கரைத்து, சுக்கின் மேல் பூசி, கவசம் செய்து, வரட்டி நெருப்பில் சுட்டு எடுத்து, சுக்கின் தோலை நீக்க, சுத்தமான சுக்கு கிடைக்கும். அதன்பிறகு சுக்கை இடித்து, தூளாக்கி எல்லா மருத்துவ முறைகளுக்கும் பயன்படுத்திக் கொள்ளலாம்.

சுக்குத்தூளை தேவையான அளவு எடுத்து, தேவையான அளவு தண்ணீர் சேர்த்து, தேவையான அளவு நல்ல வெல்லம் சேர்த்து, சுக்கு காப்பி தயாரித்து சாப்பிடலாம். இதன் மூலம் வாந்தி, தலைசுற்றல், வயிற்றுவலி, தலைவலி ஆகியவை நீங்கும்.

சுக்குத்தூளில் ஒரு ஸ்பூன் அளவு எடுத்து, கரந்த பசுவின் பால் சூடு ஆறுவதற்கு முன் கலந்து கொடுக்க, பசியே இல்லாதவர்க்கு பசி உண்டாகும்.

சுக்குத்தூளை வாயில் இட்டு மெல்ல பல்வலி தீரும். சுக்குத் தூளை சிறிது நீரில் சேர்த்து பிசைந்து, மூட்டு வீக்கங்களுக்கு பற்று போட, சில நாட்களில் வீக்கம் குறையும்.

சுக்கைத் தாய்ப்பால் விட்டரைத்து நெற்றியில் பற்று போட்டு, தவிடு, கோதுமை தவிடு இவைகளை வறுத்து சூட்டுடன் ஒற்றடம் கொடுக்க தலைவலி தீரும்.

சுக்கு தைலம்:

சுக்கு ½ கிலோ, பசுவின்பால் ½ கிலோ, நல்லெண்ணெய் ½ கிலோ, சித்தரத்தை, மிளகு, திப்பிலி, கோரக் கிழங்கு, செவ்வள்ளிக் கொடி, கொட்டை நீக்கிய கடுக்காய், நெல்லிக்காய், தான்றிக்காய், மேலும் தண்ணீர் விட்டபின் கிழங்கு, அகில்பட்டை, எருக்கன் வேர் பட்டை, கடுகு ரோகினி, கோஷ்டம், கொடிவேலி வேர், தேவதாரு, சந்தனக்கட்டை, வெள்ளை குங்கிலியம், செவ்வியம், ஆமணக்கு வேர், வெள்ளி லோத்திரப்பட்டை, பேரீச்சம்பழம், உலர்ந்த திராட்சை, இந்துப்பு இவைகள் அனைத்தும் வகைக்கு 10 கிராம் அளவில் தூள் செய்து, அனைத்தையும் ஒன்று கலந்து, இரும்பு கடாயில் ஊற்றி, 2½ மணி நேரம் விறகு கொண்டு எரிக்க வேண்டும். கரண்டி கொண்டு கிளறிக் கொண்டே

இருக்க வேண்டும். எண்ணெய் பிரிந்து, மணல் போல் பதம் வரும் நேரத்தில் கஸ்தூரியையும், குங்குமப்பூவையும் 2 கிராம் அளவு எண்ணெயில் போட்டு எண்ணெயை இறக்கி இளஞ்சூட்டுடன் வடிகட்டிக் கொள்ள "சுக்குத்தைலம்" ரெடி!

பயன்கள்:

இதை தலைக்குத் தேய்த்து ½ மணி நேரம் ஊற வைத்து, வெண்ணீரில் சீயக்காய் தேய்த்து காலை 10 மணிக்குள் குளிக்க வேண்டும்.

இதனால் மார்பில் கட்டிக்கொண்டிருக்கும் கோழைகள், சளித் தொல்லைகள் தீரும். மூக்கில் நீர் ஒழுகுவது, காது சம்பந்தப்பட்ட நோய்கள் தீரும். வாதம் சம்பந்தப்பட்ட தொல்லைகள் தீரும். வாயில் இட்டு கொப்பளித்தால் பற்களின் வேரைப் பற்றிய ரோகங்கள், பல்லரணை என்கிற நோயும் தீரும்

சளியை விரட்டும் சுக்குமல்லி தேனீர்..!

இஞ்சி காய்ந்தால், சுக்கு. காரம், மணம் நிறைந்த சுக்கு, உடம்பில் சூட்டை ஏற்படுத்தும். அதே வேளையில் பசியைத் தூண்டுவதோடு இரைப்பை வாயுத் தொல்லையை போக்கக்கூடியது.

சாப்பாடு, தூக்கமின்மை, அதிக உடல் உழைப்பு போன்ற காரணங்களால் சிலருக்கு திடிரென வாய்வுப்பிடிப்பு ஏற்படும்.

இன்னும் சிலருக்கு நெஞ்சுப்பகுதியை உள்ளுக்குள் அழுத்துவது போன்ற உணர்வு, புளியேப்பம் ஏற்படும்.

அந்தச் சமயங்களில் அரை ஸ்பூன் சுக்குமல்லி தேனீர் குடித்தால் உடனடி நிவாரணம் பெறலாம்.

சிறுவர் முதல் பெரியவர் வரை சுக்குமல்லி தேனீர் குடித்துவந்தால் வயிற்றுக்கோளாறுகள் வராமல் இருக்கும்

என்பதோடு முதுமையை தள்ளிப்போடலாம்.

தேவையான பொருட்கள்: சுக்கு - 1/2 கப், மல்லி - 1/4 கப், மிளகு - 1/2 டீஸ்பூன், சீரகம் - 1/2 டீஸ்பூன். தண்ணீர் - 2 கப், சுக்கு காபி பொடி - 2 டீஸ்பூன், பனங்கற்கண்டு

தேவையான அளவு.

செய்முறை:

முதலில் சுக்கு மல்லி பொடிக்கு கொடுத்துள்ள பொருட்களை ஒவ்வொன்றாக வாணலியில் போட்டு பொன்னிறமாக வறுத்து இறக்கி குளிர

வைத்து மிக்ஸியில் போட்டு பொடி செய்து கொள்ளவேண்டும்.

ஒரு பாத்திரத்தில் தண்ணீர் ஊற்றி அடுப்பில் வைத்து கொதிக்க விட வேண்டும். தண்ணீரானது கொதிக்க ஆரம்பித்ததும், அதில் 2 டீஸ்பூன் சுக்கு பொடியை சேர்த்து, பின் அதில் பனங்கற்கண்டு சேர்த்து 5 நிமிடம் நன்கு கொதிக்க விட வேண்டும். அதில் உள்ள கற்கண்டு கரைந்ததும், அதனை இறக்கி வடிகட்டினால், சுக்கு மல்லி தேனீர் தயார். பனங்கற்-கண்டுக்கு பதிலாக தேன் அல்லது கருப்பட்டியும் சேர்த்து கொள்ளலாம்.

தலையை தூக்கமுடியாத அளவுக்கு தலை பாராமாக இருந்தாலே மண்-டையில் நீர் கோர்த்திருக்கிறது என்று சொல்வார்கள் பெரியவர்கள் இதற்கு தீர்வு வீட்டு வைத்திய முறையிலேயே இருக்கிறது.

பொதுவாக காய்ச்சல் வந்தால் தலைவலி வருவது இயல்பு. இவை எது-வும் இல்லாமலும் மன அழுத்தம், ஒற்றைத்தலைவலி, கண் குறைபாட்-டால் தலைவலியும் வரக்கூடும். ஆனால் மண்டையில் நீர் கோர்த்திருந்-தால் தலைவலியோடு தலை பாரமாகவும் இருக்கும். தலையை சுற்றியும் பின் மண்டையிலும் வலியை உணரலாம். இதனால் தலையை தூக்கவே முடியாத அளவுக்கு வலி நீடிக்கும். இவை எல்லாமே உங்கள் மண்டை-யில் அதிக நீர் இருப்பதற்கான அறிகுறியாகும். மண்டை நீரை வெளி-யேற்றும் வீட்டு வைத்தியம் குறித்து தெரிந்துகொள்வோம்.

சுக்கு பற்று

சுக்கு காலங்காலமாக ஆயுர்வேதத்திலும் சித்தமருத்துவத்திலும் வீட்டு வைத்தியத்திலும் பயன்படுத்தப்படுகிறது. அதனால் தான் சுக்குக்கு மிஞ்-சிய மருத்துவம் இல்லை என்று சொல்கிறார்கள். முன்னோர்கள் வீட்டில் வைத்திருக்கும் பொருள்களில் முக்கியமானது சுக்கு.

இஞ்சியை நன்றாக காயவைத்து எடுத்தால் அவை சுக்காக மாறும். சுக்கு வாதம், பித்தம், கபம் மூன்றையும் நீக்கும் அருமருந்தாக சுக்கு இருக்கிறது. சுக்கை தோல் நீக்கி பொடித்து வைத்துகொள்ள வேண்டும். சுக்கு பொடி நாட்டு மருந்து கடைகளிலும் கிடைக்கிறது. இந்த பொடியை காட்டிலும் சுக்குவை இழைத்து பற்று போடுவது இன்னும் பலன் கொடுக்கும்.

பொதுவாக மண்டையில் நீர் கோர்வை இருந்தால் காலையில் எழும்-
போதே தலையில் பாரத்தை உணர்வார்கள். காலை எழுந்ததும் சுக்-
குவை இழைத்து தலையில் பற்று போட்டால் மண்டையில் இருக்கும்
நீரை இழுக்கும். தலைவலி வந்தாலும் இந்த பற்று போடுவது உண்டு.
கை மருத்துவத்துக்கு கை கண்ட மருந்து சுக்கு என்பது பொருத்தமாக
இருக்கும்.

தனியா விதைகள்

சைனஸ் பிரச்சனை இருப்பவர்களுக்கு அடிக்கடி மண்டையில் நீர்
கோர்த்து கொள்வதுண்டு. 5 டீஸ்பூன் தனியாவை 30 நிமிடங்கள்
ஊறவைத்து மிக்ஸியில் அரைத்து பற்று போடலாம். இவை இறுக்கி
பிடிக்க பிடிக்க மண்டையை சுற்றி இருக்கும் நீரை இழுக்கும் தன்மை
கொண்டது.

தனியா விதைகள் இல்லாதவர்கள் தனியாவுக்கு மாற்றாக கொத்து-
மல்லித்தழையை நீர்விடாமல் அரைத்து சாறு பிழிந்து தலையில் பற்று
போடலாம். மாலை வேளையில் இந்த பற்று போடலாம். இரவு நேரங்க-
ளிலும் தனியாவிதைகள் போடலாம்.

மூலிகை பற்று

மொத்த பற்றுக்கும் சேர்த்து கூடுதல் பலன் தரும் இந்த பற்று என்றே
சொல்லலாம். கற்பூரவல்லி. துளசி, வெற்றிலை, சுக்கு, மஞ்சள் சேர்த்து
அரைத்து பற்று போட வேண்டும்.

தலைபாரத்தை அவ்வபோது உணர்பவர்கள் தினமும் படுக்கும் போது
இந்த பற்றை தலையிலும் முகம் முழுக்க கழுத்து பகுதியிலும் கூட
தடவலாம். இதனால் ஒரே நாள் இரவில் மண்டையில் இருக்கும் அத்-
தனை நீரும் வெளியேறும். மறுநாள் காலை எழும்போதே தலை இலே-
சாக மாறியிருப்பதை உணரலாம். சளியையும் கரைத்து வெளியேற்றும்.

சக்கின் மகிமை

மூட்டு வலி மற்றும் வீக்கத்தைக் குறைக்கும்

அதற்கு ஒரு பாத்திரத்தி 4-5 டேபிள் ஸ்பூன்சுக்குபொடியை போட்டு,
அதில் ஒரு ஜார் நீரை ஊற்றி கொதிக்க விட்டு வடிகட்டி, தினமும்

தேன் சேர்த்து குடித்து வந்தால், மூட்டுகளில் ஏற்படும் வலி மற்றும் அங்-
குள்ள வீக்கம் குறைந்து, உடனடி நிவாரணம் கிடைக்கும்.

சுக்கு, அதிமதுரம் இரண்டையும் தூள் செய்து, தேனில் கலந்து சாப்-
பிட்டுவர குற்றிருமல் குணமாகும்.

நான்

வாசகர்களால் நான்
வாசகர்களுக்காக நான்

முற்போக்கு எழுத்தாளர் வி.எஸ்.ரோமா - கோயம்புத்தூர்
+91 82480 94200
20 புத்தகங்கள் எழுதியுள்ளேன்
விருதுகள் பல பெற்றுள்ளேன்.
கதை , கவிதை, கட்டுரை, நாவல் பொன்மொழி, நாடகம்
எழுதுவேன்.

என்
எழுத்து
என் மூச்சுள்ள வரை
என் வாசிப்பே
என் சுவாசிப்பு
என்றும்

எழுதிக் கொண்டிருக்க வே
என் ஆசை

நான் திருமணமே செய்து கொள்ளாத பெண்மணி என்பதில்
எனக்கு மகிழ்வே.

என் எழுத்துக்கு முழு ஒத்துழைப்பு கொடுப்பவர்கள் என்
பெற்றோர்களே.

தந்தை
கா சுப்ரமணியன் _ தாசில்தார் - ஓய்வு

தாய்.
சு. கிருஷ்ணவேணி

என் பெற்றோர்களே
என்
எழுத்துக்கும்
எனக்கும் முழு ஒத்துழைப்பு தருகின்றவர்கள் என்பதில்
எனக்கு மகிழ்ச்சியே.

நான் ரோமா ரேடியோ
என்ற பெயரில் எஃப் எம் ஆரம்பித்துள்ளேன்.

என்
எழுத்து
என் ரோமா வானொலி மூலம்
எங்கும் ஒலிக்க
எட்டு திக்கும் ஒலிக்க
என் ஆவல்.

பெண்களை
பெரிதாக நினைத்துப்

பெரும் மகிழ்ச்சியடைந்து
பெருமைப் படுத்த வேண்டும்.

முற்போக்கு எழுத்தாளர்
வி.எஸ். ரோமா
Roma Radio
கோயம்புத்தூர்
+91 82480 94200